Cháu đấy à, may quá! Chú bảo này, chú phải đi đánh răng đây, muộn rồi. Giúp chú một việc nhé?

Đừng Để Bồ Câu Thức Khuya!

MO WILLEMS vẽ và kể

TRANG HẢI dịch

NHÀ XUẤT BẢN
HỘI NHÀ VĂN

Tặng Trixie để đọc trước khi đi ngủ

Xuất bản theo hợp đồng nhượng quyền giữa Mo Willems Studio, Inc., và Nhã Nam, thông qua Sheldon Fogelman Agency.

Bản quyền bản tiếng Việt © Công ty Văn hóa & Truyền thông Nhã Nam, 2014.

Chịu trách nhiệm xuất bản: PHẠM TRUNG ĐỈNH
Chịu trách nhiệm bản thảo: NGUYỄN THỊ ANH THƯ

Biên tập	Tạ Duy Anh – Huyền Trang
Trình bày	Thùy cốm
Thiết kế bìa	Tạ Quốc Kỳ Nam
Sửa bản in	Vũ Minh

NHÀ XUẤT BẢN HỘI NHÀ VĂN

65 Nguyễn Du - Hà Nội.
Tel: 04 38222135 | Fax: 04 38222135.
E-mail: nxbhoinhavan@yahoo.com.vn

LIÊN KẾT XUẤT BẢN VÀ PHÁT HÀNH:
CÔNG TY VĂN HÓA & TRUYỀN THÔNG NHÃ NAM

59 Đỗ Quang, Trung Hòa, Cầu Giấy, Hà Nội.
Điện thoại: 04 35146875 | Fax: 04 35146965.
Website: www.nhanam.vn | http://www.faccebook.com/nhanampublishing
Email: nhanambook@vnn.vn.
Chi nhánh tại TP Hồ Chí Minh
Nhà 015 Lô B chung cư 43 Hồ Văn Huê, Phường 9, Quận Phú Nhuận, TP Hồ Chí Minh.
Điện thoại: 08 38479853 | Fax: 08 38443034
Email: nhanamhcm@hcm.fpt.vn

In 2.000 cuốn, khổ 21x21cm tại Công ty CP In Viễn Đông. Căn cứ trên số đăng ký kế hoạch xuất bản: 1068-2014/CXB/90-32/HNV và quyết định xuất bản số 522/QĐ-NXB HNV của Nhà xuất bản Hội Nhà Văn ngày 4.6.2014. In xong và nộp lưu chiểu năm 2014.

6

7

8

9

13

15

16

17

23

Tớ uống nước được không?

Nghiên cứu cho thấy loài bồ câu hầu như không bao giờ cần ngủ!

Giờ này đang là buổi trưa ở Trung Quốc đấy!

Tớ hứa tối mai sẽ đi ngủ sớm mà!

24

Hây, hây! Hô, hô! Bồ Câu quyết không đi ngủ đâu!

Điiiii màààà!

Thỏ bông của tớ cũng muốn thức nữa!

Cậu không thể từ chối một con thỏ bông phải không nào?

25

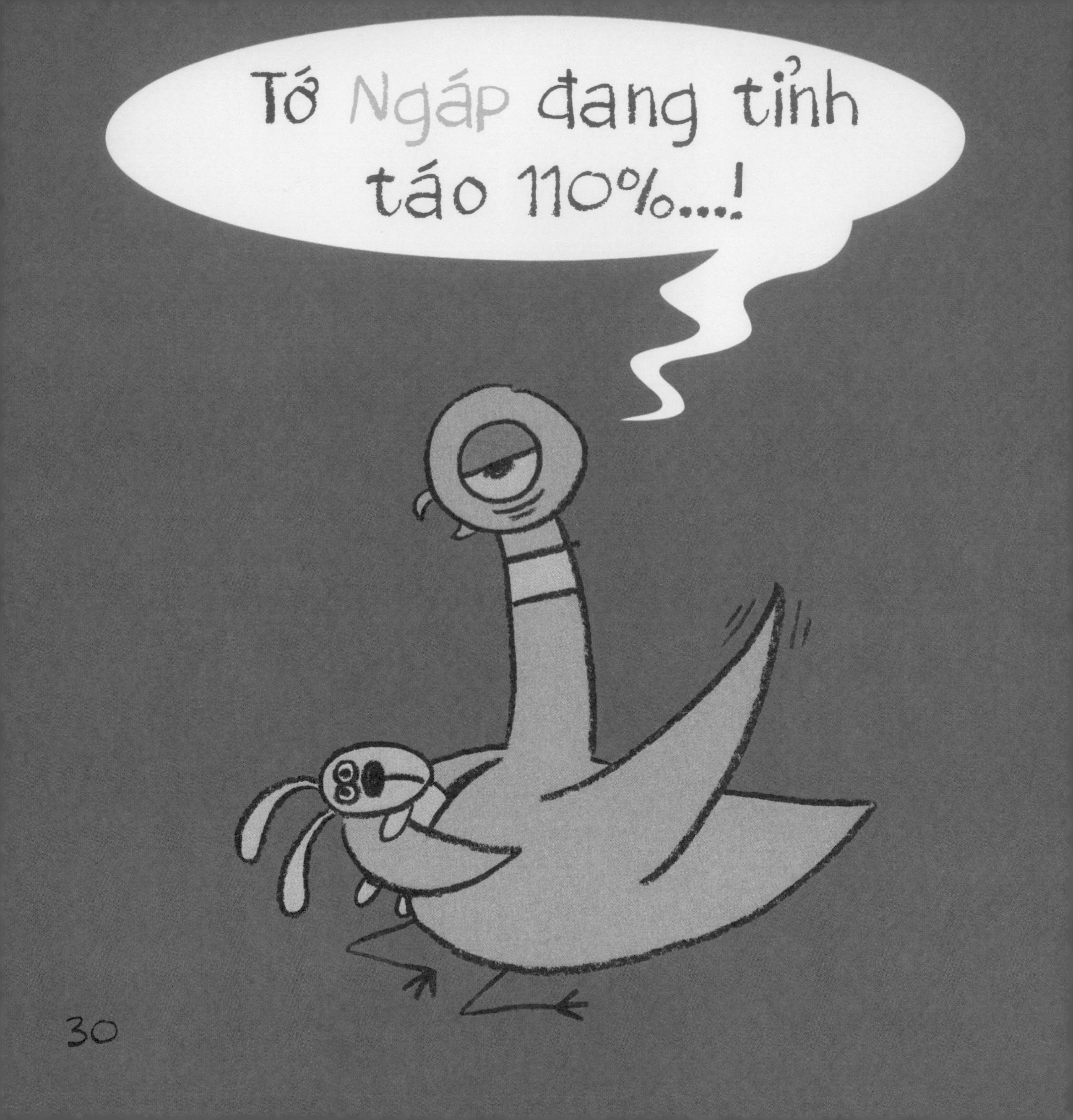
Tớ Ngáp đang tỉnh táo 110%...!

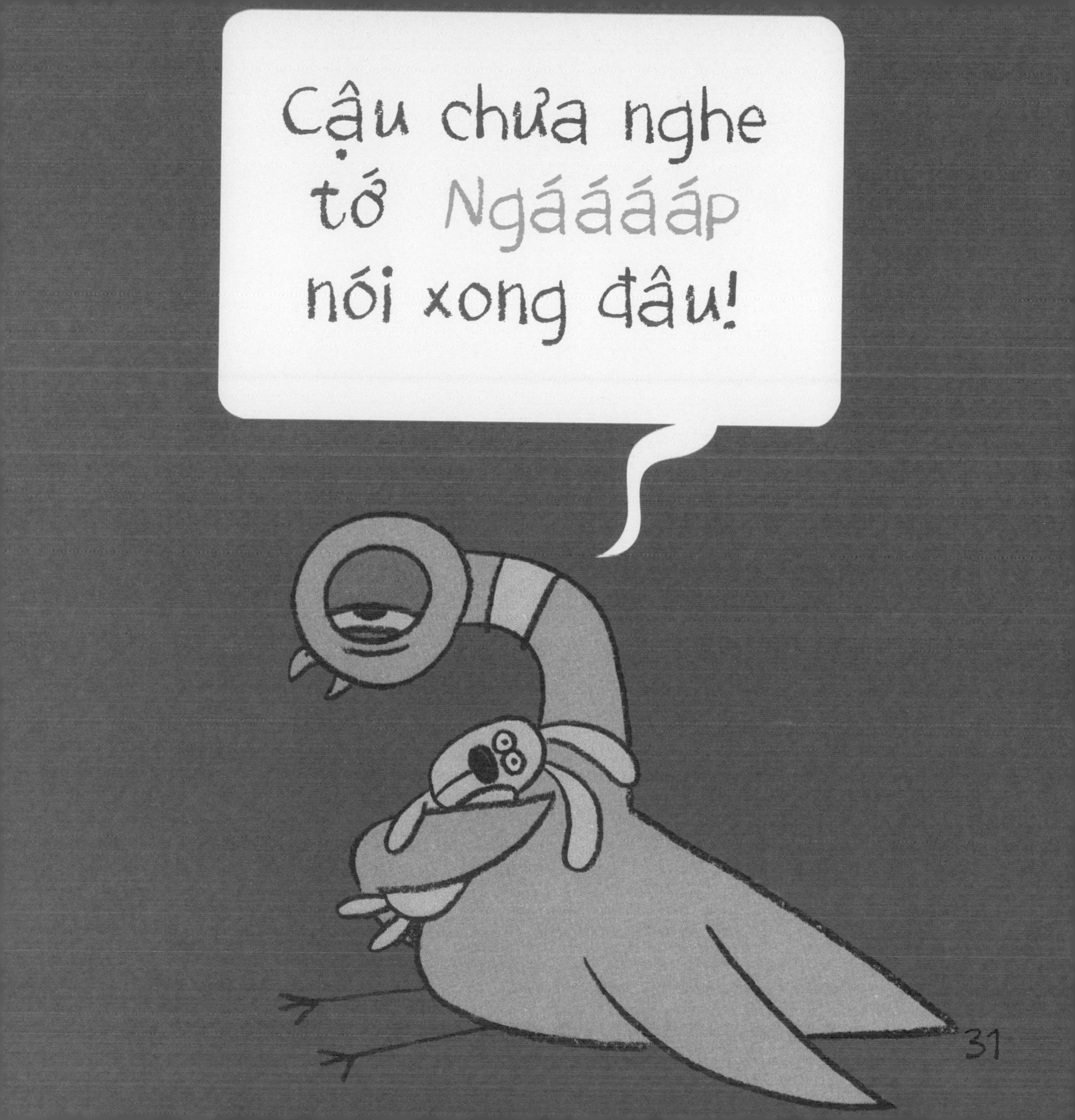
Cậu chưa nghe tớ Ngááááp nói xong đâu!

33

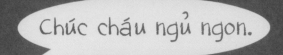